உணர்வின் உளரல்கள்

ரூபன்

(கண்மணிதாசன்)

aelay publish

உணர்வின் உளரல்கள்

கவிதைகள்
ஆசிரியர் : ரூபன் (கண்மணிதாசன்) ©
முதல் பதிப்பு : செப்டம்பர் 2022
வெளியீடு : ஏலே பதிப்பகம்
5/175, பாத்திமா நகர், கூத்தென்குழி,
திருநெல்வேலி - 627104
தொடர்புக்கு : +91 9944992571

Unarvin Ularalgal
Poetry

First Edition : September 2022
Pages: 57
ISBN : 978-93-5533-501-2
Aelay Publish
Contact : +91 9944992571
Designed by : Aelay publish team

வாழ்த்துகள்

கவிஞர் ரூபன் என்ற கண்மணிதாசனுக்கு
கவிதையின் மூலம் ஒரு அனுபவத்தை மட்டுமின்றி ஒரு வாழ்வின் அப்பட்டமான காலத்தையும் உறைய வைத்திருக்கிறார் தன் கவிதைகளில் ! தமிழை தன் விரல்களில் தன் மனங்களில் ஒரு குழந்தை போல் விளையாட விடுகிறார், அன்பு தமிழும் ஒரு குழந்தையாகவே இவர் மனம் போன போக்கில் போகிறது ! அத்தனையும் மொழியும் மனமும் நிறைந்து கவிதையாக திளைக்கிறது.
படிக்கும் ஒவ்வொருவரும் அதை உணரக் கூடும்
இன்னும் நிறைய படைப்புகள் படைக்க ! சிறக்க !

வாழ்த்துக்களுடன்
கவிஞன் மொழி

தமிழ்த்துறைத் தலைவர்

இலயோலா கல்லூரி
(தன்னாட்சி)
நுங்கம்பாக்கம், சென்னை - 600 034.
தமிழ்நாடு, இந்தியா
தொலைபேசி : +91-44-28178200 விரிவு 365
தொலைநகல் : +91-44-28175566
மின்னஞ்சல் : hodtamil@loyolacollege.edu
இணையதளம் : www.loyolacollege.edu

அணிந்துரை

கவிதை நெகிழ வைப்பது !
மகிழ வைப்பது ! வெ. ரூபனின் கவிதை !
கவிஞனின் உள்ளம் புரியாத புதிர்..
வெ.ரூபனின் வரிகளில் சொன்னால்
'மனதைப் பார்க்க முடியாது
நுகர்ந்து உணரலாம்'
இந்த வரிகள் உண்மை.
பேனா கண்ணீர் விட்டு அழுவது !
கற்பனை, படிமம், சிறப்பு,
உடையாய் மாற ஆசைப்படுவது காமத்தில் அல்ல;
காத்தலில், அணைத்தலில்,
பெண்மையைப் போற்றும் பான்மை இது !
ஆண் பெண்ணைக் காத்தலும்
பெண் ஆணைக் காத்தலும் ஆறாந் திணையாகும்.
பெண்மையைப் போற்றும் பலவரிகள்,
அவையே ரூபனின் முகவரிகள் !
ஆசிரியர்கள் மீது கொண்டிருந்த அவனின் பற்று அதீது !
இறுதியாக,
கல்வியும் பொருளாதாரமும் தான்
சாதியற்ற சமூகத்தை உருவாக்கும்
என்பதைத் திண்ணமாக எண்ணும் மனம் ரூபனின் மனம் !
வணங்காமுடி தாசனின் வரிகளால் வார்க்கப்பட்டு
கண்மணிதாசனாய் மிளிரும் அன்பு மாணவனுக்கு
பைந்தமிழ் வாழ்த்து !
வாழ்க ! வளர்க ! வெல்க !

இதழ்களில் இதயத்துடன்,

முனைவர் சூ.அமல்ராஜ்,
இணைப்பேராசிரியர் & தலைவர்,
இலயோலா கல்லூரி (தன்னாட்சி),
சென்னை – 600 034.

கவிதை

காகிதம் என்னும் ஒளிப்பதிவாளர்
படம் பிடிக்க
என் எண்ணங்களின் வசனமாய்
கருப்பொருள் தான் கதைக்களம்
தமிழ் எழுத்துக்களே கதாபாத்திரம்
அதை பேனா இயக்க
நான் தயாரித்தது தான் கவிதை.

பேனாவின் கண்ணீர்

என் குமுறல்களைக் கூற நீ ஏன் அழுகிறாய்?

என் காதலை கூற
நீ ஏன் அழுகிறாய்?

என் எண்ணங்களை
எண்ணி நீ ஏன் அழுகிறாய்?

என் வெற்றிக்கும்
நீ தான் அழுகிறாய்

உன் கண்ணீரெல்லாம் கவிதையானதே

காகிதத்துக்கு கணவன் ஆனவள்
என் கைவிரல்களில் நிரந்தரமானவள்

உன் கண்ணீரை துடைக்க - என்
கவிதை போதாதா

மீனாவின் மகனுக்கு
பேனாவின் கண்ணீர்
அவன் தாகத்திற்கு தண்ணீர் ஆகுதே....

அம்மா

அன்னை என்ற ஒரு நிலையை
என்னை ஈன்ற பின்பு நீ பெற்றாய்

பெண்மையில் பல நிலை உண்டு - அதில்
ஆகசிறந்த நிலை "அம்மா"தானே

ஐந்திரண்டு மாதம் என்னை அள்ளி சுமந்தாய்

உன்னை ஆலயமாக்கி
என்னை இறைவனாக்கினாய்
உன் கருவறையில்....

உன் மகன் தான் என்பதை விடுத்து...
என் தாய் நீ என நான் மாற்றிடும்
வரலாற்றை எழுததானே
என்னை ஈன்றெடுத்தாய்...

ஆயிரம் சண்டையிட்டாலும்
அசதியில் வந்து படுத்தாலும்
உணவூட்டி தாலாட்டும் உன்
கரங்களுக்கு கைமாறு செய்ய காத்திருக்கிறேன்.

அப்பா

ஆசிரியர் பரிந்துரைத்த புத்தகங்களில்
இடம்பெறாதவை

தான் வாழும் வாழ்க்கையில்
தான் அனுபவிக்காததை- நான்
அனுபவிக்க வேண்டும் என்று
தன் வாழ்க்கையைத் தியாகம் செய்தவர்

கடைசி உயிர்க்காற்று நிற்கும் தருணம் வந்தாலும்
கடனில்லா சுவாசக் காற்றை பெற்றுத் தான் சாக
வேண்டும் என்று நீ கூறியது... எனது கொள்கை

நீ சௌகார்பேட்டையில் வேலைக்குச் சென்று
கார் துடைத்த ஒரு நாள் அது.

எவருடைய காரை துடைத்தாயோ
அவர்களின் முன்பு நீ
வண்ணாரப்பேட்டையில்
காரில் வலம் வரும் நாள் வெகு தொலைவில் இல்லை...

உன் அனுபவ பாடம் தான்.... என்னை பெரியவனாக்கும்
காத்திரு....

இதழும் –இதழும்

நாம் இதழோடு இதழ் இணையும்
நிகழ்வை
இதழ்களில் இயற்றி பலரும் இயம்பிட
ஆசை.

ஆசை

உன் உடல் மீது
உடையாய் நான் வந்து
உடுத்திட ஆசை ...

இப்போது உள்ளத்தின்
வழியே உடுத்திக் கொள்கிறேன்- நானே
உன் உடையாய் மாறும் வரையில்...

நேசிக்கிறேன்

உன் முகத்தை பார்த்து நேசிக்கவில்லை
உன் மனதை முகர்ந்து சுவாசித்து நேசிக்கிறேன்

காற்று

O2 வை விற்கின்ற மனித மாந்தர்களை
தவிர்த்து மரங்களுக்கு கான்ரெக்ட் குடுப்போம்

CO2 வை குடுத்து *O2* வை வாங்கிக் கொள்ள
அதிரடி தள்ளுபடியாம் - ஆனால்
அதுவே கட்டாயமாம் ...

உன்னைப் பார்த்தேன்

ராமனின் சீதைப் பார்த்தேன்
கண்ணனின் ராதைப் பார்த்தேன்
மன்மதனின் ரதியைப் பார்த்தேன்
காதல் கடலில் என்னைப் பார்த்தேன்

என் கண்விழியில் உன்னைப் பார்த்தேன்
சற்றே நிமிர்ந்து பார்த்தேன்.

உன் விழி என்னை வாட்டிய பின்பு
ஓர் விதியை விதித்துப் பார்த்தேன்
விலகிட மனமில்லாமல்
உன் கரத்தை பிடித்து பார்த்தேன்

என்னை கலங்காமல் காக்கும் என்றுணர்ந்தேன்
ஆகையால் தான்
உன்னை நான் பின் தொடர்ந்தேன்...
கண்மணியே!

ஆறாம் திணை

மலைகளுக்கு குறிஞ்சித் திணையாம்
காடுகளுக்கு முல்லைத் திணையாம்
வயலுக்கு மருதத் திணையாம்
கடலுக்கு நெய்தல் திணையாம்

மணலுக்கு பாலை திணையாம்
உனக்கு நானே நற்றுணையாம்
அதுவே ஆறாம் திணையாம்
கண்மணியே...!

என்னவள்

உனக்கு நானே ஒன்றானவன்
உனை பெற்ற நிலையில் இரண்டானவன்
உன் வாழ்வே நானானவன்
மொத்தத்தில் நான் உனதானவன்
உன் வாழ்க்கைக்கு சரியானவன்
உன் கரத்தை பிரியாதவன்
உன் மேனியின் உடையானவன்
உன் கண்ணானவன்
உன் கற்பை காக்கும் பொறுப்பானவன்
என்னவள்! எனக்கு வரம் தந்தவள் நீயே!
கண்மணியே...!

80 கோடியில் சுடுகாடு

கோடிக்கணக்கான மக்கள் பசியின்பிடியில்
வாழுகின்ற இந்த தமிழ்நாட்டில்
கோடிக்கணக்கில் சுடுகாட்டிற்கு
ஆடம்பரம் எதற்கு?

தெருக்கோடியில் இருக்கும் மக்களின்
பசிக்கு ஒரு கோடி அளிக்க உன்
மனக்கொடிக்கு மணம் வரவில்லையா?

வாழ்விடம் இல்லாது நிற்கும்
மக்களின் நாட்டில் -வாழ்ந்து
மறைந்தவருக்கு நினைவிடமாம்
80 கோடியில்...

இலயோலா—ஓர் வெள்ளை மாளிகை

புத்தம் புது காலை பொன்னிற வேளை...
சென்றிருக்க வேண்டும் என்ற வழித்தடத்தில்
சென்றேன் அன்று...

நுழைவு வாயிலில் இருந்து தெரிந்த வெள்ளை மாளிகை
அதைக் கண்டதும் மனம் கொண்டது புன்னகை...

வார்த்தையாலும் எழுத்தாலும் சொல்ல முடியா ஏக்கம்
அவை நிறைவேறியதின் தாக்கம் -மனம் சொல்லுது
இனி தினம் தினம் நுங்கம்பாக்கம்...

அன்பே இறைவா என்ற இசைவரிகளோடு
வாவென்று வரவேற்றது வகுப்பறை...

அரண்மனையின் உள்ளிருக்கும் உணர்வு
அது இலயோலா என்பதில் பெரும் உயர்வு...

பல கனவுகளோடு கால்பதித்த தருணம்
கனவின் நினைவு நோக்கிய பயணம்...

நீயும் என் பிள்ளை என்றது வெள்ளை மாளிகையின் உருவம்
இதனால் நானும் இலயோலைட் என்பதில் எனக்கு கருவம்...

இலயோலாவின் வீதியெங்கும் வர்ணிக்க முடியா வரலாறு
வாசிக்க வாசிக்க வாசம் கொண்ட அவ்வரலாறு
நாளை உனக்கும் அதில் இடமுண்டு என்றாரு என் வாத்தியாரு!

பெண்ணே ! உனக்கான வரையறையை நீ வரைய வா!

தீட்டு என்று ஒதுக்கி வைத்தான்
தனியறையில்!

அடங்கச் சொல்லி அடக்கி வைத்தான்
அடுப்பங்கரையில்!

வகை வகையாய் வகுத்து வைத்தான்
வகுப்பறையில்!

மலர செய்ததும் மணந்து வைத்தான்
மணவரையில்!

காமத்தை கதைத்து வைத்தான்
கருவறையில்!

இந்த அடிமைத்தனம் எல்லாம்
யார் வரையில்!

அனைத்துக்கும் பெயர் வைத்தான்
பெண் என்ற வரையறையில்!

வரையறையில் இருக்கும் பெண்ணே!

சாதித்து சீறி வா!
சரித்திரம் சொல்ல வா!

உனக்கென்ன வரையறை என்பதை
நீயே வரைய வா!

காமாட்சி ராசன்

நாடாண்ட நாயகன்
இன்னும் சிறிது காலம் இருந்திருந்தால்
உலகையே ஆள செய்திருப்பான்- ஏனோ
எமலோகம் ஆள சென்று விட்டான்

நீ எமலோகம் சென்றதரியாமல்
நாங்களெல்லாம் உன் பெயரை
புலம்பிக் கொண்டு இருக்கிறோம்... காரணம்

நீ மக்கள் மனதையும்
பல பள்ளிக் கூடங்களையும் ஆளச் செய்கிறாய்

பலருக்கும் சில வார்த்தைகள் பிடிக்காதல்லவா ....அவ்வாறு
இவனுக்கு இந்த வார்த்தை பிடிக்காது
அவன் இருந்தவரை இது அவனையும்
பிடிக்கவில்லை, "ஊழல்"

நான்கு கால்கள் கொண்ட
நாற்காலியில் நடிக்க தெரியாமல்
நகைத்து அமர்ந்தான்- மக்களின் முதல்வனாக
தாய்மார்களின் புதல்வனாக...

பதவி என்னும் அதிகாரத்தில்
பலருக்கும் உதவியவன்

கல்வி என்னும் கலைமகளின்
கண் திறந்தவன்
காமாட்சி (எ) காமராசன்

நேற்று முன்னோரும்
இன்று என்னோரும்
நாளை வருவோரும்

ஆத்திச்சூடியும்,திருக்குறளும் !
இலக்கணமும், இலக்கியமும்.
நாவற மொழிய நீ தானே காரணம்!

உன் காலத்தில் நான் பிறந்திருக்க
ஆசையாய் ஏங்குது மனம்...

இனி உன்னைப்போல் ஒருவனை
காண விரும்புகிறது ,சணம்...
உன்னிடம் நான் கற்றது நற்குணம்...
உனக்கில்லையே தலைக்கனம்...
நீயே இயற்றிய புது சாசனம்...
அதில் நீ அமைத்த சிம்மாசனம்- அதிலும்
நீயே அமர நான் கண்டேன் சொப்பனம்.

தலைமையின் மறுபெயர் நீ
நீ எழுப்பிய அணைகளும் ,
நீ ஏற்படுத்திய தொழிற்பேட்டைகளும்
நீ உருவாக்கிய பள்ளிகளும் -உனக்கு
வாழ்த்து கூறுகிறது

நின் ஆளுமையின் திறன்
கற்றுக்கொள்ள எனக்கும் ஆசை

உனது பிறவி தினத்தை
உன் புகழை பாடி
மகிழ்கிறோம்.

நட்பு

அன்பின் பரிமாற்றம்
ஆட்டம் கொண்டாட்டம்
இயற்கையோடு இணைந்து
ஈகை குணம் கலந்து
உறக்கமில்லாத இரவுகள்
ஊர் ஊராகச் சுற்றி
எட்டி எட்டி பார்த்து
ஏங்கிய மனங்கள்
ஐந்திரண்டு இருந்தும்
ஒற்றுமையின் குகையில்
ஓய்ந்து பல கதைகளை
ஔவியமின்றி கதைப்போம்

ஆங்கில ஆசிரியை

நீங்கள் வகுப்பறையில் நுழைந்ததும்
எனக்கு வாயில் வருவதோ
வாய்ப்பா(ட்)டு அல்ல சினிமா பாட்டுதான்.

என் பெயரை கூறாமல் நீங்கள்
பாடம் நடத்தியதே இல்லை...
என்னுடைய ஒவ்வொரு அசைவையும்
உற்று நோக்கினிர்...

என் திறமை தடத்திற்கு தடங்களாக
இல்லாமல் உங்கள் பாடவேளையை அளிப்பீர்கள்.

இரண்டு ஆண்டுகளில்- என் வெற்றிக்கும்
தோல்விக்கும் பின்னால்
உங்கள் வார்த்தைகளே முதுகெலும்பு...

என் தாயின் பெயரும்
உங்களின் பெயரும் ஒன்றி உள்ளதால் தான்
எனக்கு தாய் போல நின்றீரோ!
உமக்கு பிறந்தநாள் என்று
அறிந்தேன் வாழ்த்த வயதில்லை
வணங்குகிறேன்...

அக்கா

என் வாழ்வில் நீ வருவதற்கு
வரம் பெற்றவன்...
உன் வாழ்வில் சில
ரகசியங்களுக்கு பெட்டகமானவன்...
பண்புமிக்க நம் உறவு
பணிவானது...
ஆடி பாடி கடந்த காலம்
கனவில் இருக்குது
உன் வாழ்வின் பாட்டை-நீ
என்னிடம் பாடிய பாட்டு கேட்குது
அக்கா தம்பி என்ற உறவை
அறிமுகம் செய்தவள் நீ
அம்மாவுக்கு நிகரான
அன்பினை தந்தாய்
இனி உன்னைப் போல் யாரு
எனக்கு நெருக்கம் தருவது
உன் வரலாறு ஒன்று எழுதப்பட்டால்
எனது பெயர் இடம்பெறும் என்ற
நம்பிக்கை உள்ளது...
காதலின் இலக்கணத்தை
உன்னிடம் கற்றேன்!
சிறு சிறு அசைவிலும்
காதலை கண்டேன்!
வியந்தேன்!! ரசித்தேன்!!
உடன் பிறந்தால் தான்
அக்காவா?

தம்பி

யானையின் பலம் தும்பிக்கை
ஈசனின் பலம் அம்பிகை
சாமானியனின் பலம் நம்பிக்கை
அண்ணங்களின் பலம் தம்பிக்கை

வீதி விருது விழா

கலைகளின் சங்கமம் நாட்டுப்புறத்தில்
மட்டுமல்ல
நகர்ப்புறத்தில் நான் கண்ட
கலைகளின் சங்கமம்
காளீஸ்வரனின் குரல் முழங்க
கலைகட்டியது.
எண்ணற்ற கலைகள்
எண்ணில் அடங்கா கலைஞர்கள்
ஐயாவின் குரலானது
அடித்தட்டு மக்களின் குரலாக கேட்டது.

அது வீதி விருது விழா அல்ல
கலைஞர்களின் விதியை மாற்றிடும் விழா.

கண்டதில் கற்றேன் நிகழ்வில்லை
உணர்ச்சி....

தமிழே

உனக்கு நிகர் யாருமில்லை
உன்னை கூப்பிடாமல் தரணியில்லை

தொல்காப்பியர் கூறினார் நீ அழகு
கம்பன் சொன்னான் நீ பேரழகு

உயிராக நீ இருக்கையில்
மெய் உன்னைத் தேடுதே

உனக்கும் அவளுக்கும் காதலா?
உங்கள் காதலை நான் சொன்ன
பின்பு தானே உயிர்மெய்யாக மாறினீர்கள்.

உங்கள் காதலுக்கு கடிதம்
எழுததானே ஆயுதமாய்
ரூபன் உள்ளேன்.

காதலியுங்கள் கம்பன் கேட்கட்டும்
கதைத்துக் கொள்ளுங்கள் அவை என்
கவிதை ஆகட்டும்

மழைக்காலம்

ஆயிர கணக்கில் வாடகை கொடுத்தும்
அண்டாவில் தான் நீர் பிடித்தோம்
மேலும் தளம் கீழும் தரையாயினும்
நிக்கவும் முடியவில்லை அமரவும் முடியவில்லை
குடிக்கத்தான் நீர் கேட்டேன்
அடிகுழாவிலும் நீரில்லை குளிக்கத்தான் நீர் எடுத்தேன்
குளிக்கவும் இடமில்லை
வீட்டை சூழ்ந்த நீரிலே
நான் எப்படி கப்பல் விடுவது ? மழைக்காலம வந்ததை
நினைத்து நான் சிரிக்கவா ?
சிந்தக்கவா

சாந்தி வில்வசிகாமணி

பள்ளியின் துணை முதல்வர்
அதை பதவியில் காட்டியதில்லை
தன் பண்பில் காண்பித்தார்கள்

எனக்கு கணக்கு பாடம் கற்பிக்க வந்தவரிடம்
என் கனவுக்கு பாடம் கற்றேன்

வாழ்வோடு ஒப்பிட்டு
கணக்கை விளக்குவார்

கரம் தான் நீளும்
எங்களை அடிக்க அல்ல அணைக்க

மாணவனாகத்தான் இருந்தேன்
என்னை மகனாக்கி கொண்டார்

என்மேல் எறியப்பட்ட கற்களை
கொண்டு ஏணியை தந்தவர்

வாய்மை கொண்ட வாழ்க்கை தான்
எங்களை வியந்து பார்க்க வைத்தது

கோவத்தை கண்டதில்லை இவர் முகத்தில்
கோவிலைத் தான் கண்டேன் இவர் அகத்தில்

நல்லாசிரியர் விருது பெற்று
ஏழை மாணவர்களின் மனதில் இடம்பெற்று
அனைவரும் இன்புற்று வாழ
உதவும் வள்ளலே

பள்ளிக் கட்டணம் செலுத்த பணமில்லாமல்
உன்னிடம் வந்து அடைக்கலம்
கேட்ட என் தாயின் மனதிற்கு
குணத்தினால் உதவிட்ட உம் உள்ளத்திற்கு
உலகம் போற்றும் மாணவனாக வந்து
நான் கைமாறு செய்திடுவேன்.

கலைமகளின் கலையே
நீ *KCS*-ல் நிலைத்திட்டாய்
எங்களுடன் நீங்கா இடம்பெற்றாய்
ஆசான் என்னும் அன்புத்தாய்
நின்னை நித்தமும் மனம் நினைக்கட்டும்.

இரவு

நீயும் நானும் பேசிய உரையாடல்களும்
என்னை கொள்ளும் விழியழகும்
நாம் போட்ட சண்டைகளும்
நினைத்து நினைத்து கண்கள் கனத்து
நிலவுடன் நிறைவடைந்தது
அந்த இரவு

தாத்தா கடை தேன்மிட்டாய்
(இலயோலா வளாகம்)

வாய் ருசிக்க பண்டம் வைத்து
வாயடைத்து போய்விடுகிறான்
வாங்க பணமிருந்தும்.
வாங்க முடியவில்லையே!
வாய்த்திறந்து வைத்திட்டான்
வாங்கத்தான் பணமில்லையே!

சாதி

பிள்ளை பெற்றெடுக்கும் போது
மருத்துவரை தெரியவில்லை
மானம் காக்கும் ஆடையை நெய்யும்
நெசவாளன் தெரியவில்லை
நெய்த ஆடையை தைத்த தையல்காரன்
தெரியவில்லை
உண்ணும் உணவு உலகிற்கு அளிக்கும் விவசாயி
தெரியவில்லை
செருப்பை செய்யும் சக்கிலியர்
தெரியவில்லை
வாழும் மண்ணின் வரலாறு
தெரியவில்லை
மலகால்வாய் அள்ளும் மாநகராட்சி ஊழியன்
தெரியவில்லை
மேனிமினுக்கும் நகையை செய்யும் கொல்லன்
தெரியவில்லை
இவையெல்லாம் உனக்கு அவசியம் என்று
தெரிந்த பின்பும்
அவன் இல்லையென்றால் உனக்கு இவை
இல்லை என்று ஏன் புரியவில்லை ?

உன் தேவைக்கு மட்டும் சாதி என்ன
சைனாக்கு போய்விட்டதா ?
புலனை அடக்க தெரியாத உனக்கு
உயர்ந்த சாதியென்ன ?
தாழ்ந்த சாதியென்ன ?
எல்லா சாக்கடையும் ஒன்று தான் .
காதலிக்கும் காதலர்களுக்கு சாதி தேவையா ?
முட்டாள் மனித இனமே சாதியை தூக்கி
சாக்கடையில் எறி !
சாதி என்று ஒன்று நீ பார்த்தால்
நல்லறிவு கொண்டவன் மேல் சாதியவான் !
சிற்றறிவு கொண்டவன் கீழ் சாதியாவான் !
நீ எந்த சாதியென்று முடிவுகொள் !

கலங்கரை விளக்கம்

கனத்த இதயத்துடன்
கண்ணீரை மட்டும் தினம் அருந்தி
கடலாய் இருக்கும் கடனை எண்ணி
காலம் கடக்கும் நேரங்களில்
கத்தியை கண்டு நிதம் பதுங்கி
குடும்பத்தின் மானம் காக்க
கனவுகளோடு கரையை தேடி
கதறி கொண்டு வரும் நடுதர மாணவனுக்கு
கலங்கரை விளக்கம்
கல்வி தானே!

காதல் முதல் டாஸ் மாக் வரை

காதலித்து கரம் பிடித்து
கல்யாணத்த பண்ணிக்கிட்டேன்

கற்பு வரைக்கும்
இருந்த காதல்
கடைசியிலே கரைந்ததென்ன....

கரைந்த காதல் குறையவில்லை
நிறைந்ததம்மா குடியினிலே

கற்பினியாய் நான் இருக்க
இருப்பிடமே இல்லையம்மா
எல்லாமே பத்திரம்மா
டாஸ்மாக்கில் இருந்ததம்மா....

இடுப்பு வலி எனக்கு வர
அவன் இன்னும் வரலையம்மா...

வருவானு தான நா இருந்த
வந்தான் அம்மா தொல்லையோடு

பெத்த பிள்ளைய பார்க்கவில்லை
பார்த்ததெல்லாம்
தாலியதான்

தாலி கேட்டு தகராறு
என்னனு கேட்க இங்க யாரு?

பெத்த வீட்ட விட்டு வந்த
பிள்ளை தந்து போயிவிட்டான்

சாராயத்தின் மேல மட்டும்
சலிப்புத்தான் வரவில்லையோ?!..

சாப்பிடத் தான் எனக்கு வழியில்லை
சாராயத்த தான் குடித்து பிள்ளையும் நானும்
செத்துப்போனோம்...!

செழுமையான குடும்பம் வாழ
சாரயத்தை தடுக்கனும்
நம்ம உழைச்ச பணத்த ஏமா
டாஸ்மாக்கிற்கு கொடுக்கனும்...

பொறாமை

என் கூடா... கொள்கை மூவுண்டு- அதில்
பொறாமைக்கு தனியோர் இடமுண்டு

பொறாமை இல்லாமல் வளரவில்லை-ஆனால்
பொறாமை தான் என்னை வளரவிடவில்லை
என்பதே உண்மை.

பொறாமையின் குணத்தை
மாற்றிக் கொண்டேன் - பின்னர்தான்
என் முயற்சியில் வெற்றியைக் கண்டேன்.

இப்போதும் உண்டு பொறாமை
அவள் தொலைபேசியின் மேல்
காரணம் அவள் கண் விழித்ததும்-என்னை
பார்க்காமல் அதைத்தான் பார்க்கிறாள்
அதனால் உண்டு பொறாமை.

இப்போதும் உண்டு பொறாமை
என் தாய் தமிழ்மேல்
தொல்காப்பியனுக்கு மட்டும் இலக்கிய
சுவை இயற்றிட தந்தாள் - எனக்கு
மட்டும் தரவில்லையே
அதனால் உண்டு பொறாமை

இப்போதும் உண்டு பொறாமை
என் கவித் தமிழ் மேல்
கம்பனுக்கும் கண்ணதாசனுக்கும்
கவிமுத்தம் கொடுத்து அவள்
எனக்கு கொடுக்கவில்லையே
அதனால் உண்டு பொறாமை

இப்போதும் உண்டு பொறாமை
எப்போது மனம் தேடலில் முடிக்குமோ!
ஒருவேளை முடித்துவிட்டால்
அப்போது உண்டு பொறாமை

பிரிவு

தமிழ் அகராதியில் வார்த்தையில்லை
நின்னை பிரிந்து இருக்கும்
பிரிவை வர்ணிக்க

பூ வாங்கினேன்!

அவன் வாங்கினான் பூ
என் கூந்தலுக்கு...!
நான் வாங்கினேன் பூ
அவன் போட்டோவிற்கு... !

அனைவரும் வருக!

ஆன்றோரும் சான்றோரும்
எங்களை போன்றோரும்
இருமணம் இணையும் இந்த
திருமணத்திற்கு இன்பமுடன்
வருகை தந்து இல் வாழ்க்கை
இனிமையாக்க உங்கள்
ஆசிர்வாதங்களை பெற
வேண்டுகிறோம்.

தீரா உலா

அண்டத்தின் உருண்டை கண்டு
மனமதிலே மயங்கி கொண்டு
பயணிக்கும் பயணம் என்று
சயணத்தில் சொப்பணம் கண்டேன்

ஆர்ப்பரித்தெழும் ஆற்றின் வேகம்- அவற்றின்
பயணம் கண்டு எனக்கும் தாகம்
அடர்ந்த காட்டுக்குள்ளே
அடங்க மறுக்கும் அவற்றின் ஏக்கம்
அது மட்டும் செல்லாமல் இயற்கையை
கூட்டிச் செல்லும் இன்பமிகு ஊக்கம்

பைக்கில் தொடங்கும் நகர்வு
ஊரை சுற்றி பார்த்த உணர்வு
காரில் சென்றதோர் வனவாசம்
அதிலும் தீரவில்லை பயணத்தின் நேசம்

கடல் தாண்டி சிறகடிக்கும் காக்கை
அது உணர்த்தும் பயணத்தின் நோக்கை
காதல் கொண்டேன் கனவில் விழுந்தேன்
தனிமையோடு தீரா பயணம் கொண்டேன்.

தீராத தேடலுக்கு பயணமே மருந்து
பயணித்த பாதை சொல்லுவது மனதுக்கு விருந்து

பிறந்துவிட்டோம் இந்த பாரினிலே
மறைந்துவிடுவோம் தொலை விரைவிலே
உள்ளவரை சென்றுவிடு ஊர் ஊராய் யாத்திரை
உயிர் போனாலும் உன்னை கூட்டிச்செல்லும்
மூங்கில் யாத்திரை

வாழ்வின் பாதை முடிந்தாலும்
நாம் பயணிக்கும் பயணமே
"தீரா உலா"

மையீர்று காதல்!

தாமரை போல் குணத்தின் தன்மை
உன்னுள் இருக்கும் நட்பின் உண்மை
மனதின் சாயமோ வெண்மை
என்னை யாரேனும் பார்த்தால்
உனக்கேன் இந்த பொறாமை
என் மனதில் உனக்கு இருக்கும் இடம் பன்மை
என்னை வாட்டியதெல்லாம் உன் கண் மை
என்னுள் இருக்கும் நீயே பெண்மை
உனக்கே சொந்தம் எந்தன் ஆண்மை
காதல் சொன்ன எனக்கு
நீ கற்றுத்தந்த பொறுமை
நீ என்னிடம் சொன்ன காதலால்
எனக்கும் பெருமை
நம் காதலில் இருக்கக்கூடாது பொய்மை
காதல் வெல்லும் ஏனென்றால்
காதலில் உள்ள வாய்மை
உன்னுள் காணவேண்டியதெல்லாம் தாய்மை
நம்மில் வறுமை வந்தாலும்
அன்பில் மட்டும் இருக்க வேண்டும் தூய்மை
நீயும் நானும் எப்படி வாழ்ந்தால்
வாழ்க்கை ஆகும் முதுமை
முதுமை வந்தாலும் கடமையென்று
இல்லாமல் பழமையை கொண்டு
வாழ்வோம் வா

வண்ண வண்ண பட்டாம்பூச்சி

வண்ணம் பல வண்ணம் - அதுவே
நம்மின் எண்ணம்
எண்ணத்தின் ஏற்றமாய்
வெண்மையின் வடிவில் அமைதியை சொன்னது
காதலின் கருணையாய்
செம்மையின் வடிவில் அன்பினை சொன்னது
தான் அழகுடையதாய்
கருமையின் வடிவில் கோரத்தை சொன்னது
ஆயுள் அதற்கு குறைவானாலும்
அழகாய் பறக்கும் அழகினை
கண்டு ஆடையாய் நெய்ய சொன்னது
அவள் அணிந்திருந்த ஆடையின் மேலுள்ள
வண்ண வண்ண பட்டாம்பூச்சி

நாளைய இந்தியா

காதல் கொண்டோம் என்று எண்ணி
மோகத்தை ஊட்டிச் கொண்டார்கள் -இருவர்
ஊட்டிக் கொண்டதன் விளைவாக
ஊமையாய் ஈன்ற குழந்தையை
குப்பைத் தொட்டியில் வீசி சென்றார்.
குப்பையில் வீசிய குழந்தைத்தான்
“நாளைய இந்தியா” என மறந்து விட வேண்டாம்

மனதில் கொள்

எண்ணத்தில் முடிவுகளை
யோசித்து எடுத்துக்கொள்
நல்லதா, கெட்டதா
உன்னையே கேட்டுக்கொள்
யாரிடமும் கேட்காமல்
உன்னையே தூற்றிக்கொள்
செயலில் செய்துவிடு-உன்
மனம் சொன்னதை
தீமையென்றால் மாற்றிக்கொள்
நன்மையென்றால் ஏற்றுக்கொள்

தூது விடு

அன்னையை தொழுதுவிடு
அப்பனை மதித்து விடு
இன்பத்தை இருத்தி விடு
ஈகையை கொடுத்து விடு
உறவுகளை பெருக்கி விடு
எண்ணத்தை உயர்த்தி விடு
ஏகம்பனை போற்றி விடு
ஐயத்தை தீர்த்து விடு
ஒற்றுமையை பேணி விடு
ஓய்யாரமாய் வாழ்ந்து விடு
ஔவியத்தை புறத்தில் விடு

எண்ணியதை எழுதிவிடு
எழுதியதை மனிதனுக்கு தூதுவிடு

ரேகை

உன்னை திருமணம் நிச்சயம் செய்தேனே
உன்திருமேனியில் என் கைரேகையிட்டு

நிலவொளி விருந்து

உன்னோடு நானிருந்து
ஓடை நிலவினில் நம்விருந்து

இதற்காக காத்திருந்து
நிலவொளியில் விழிதிறந்து

இன்பத்தில் தோளிருந்து
உரையாடலில் மனம்திறந்து

நீ தந்த முதல் முத்தமே
வாழ்நாளின் ஆகச்சிறந்த மருந்து

அமாவாசை

அன்றாட நாட்களில் விடியாத
வானம் வெளுத்தாலும் வாழ்வு வெளுக்க முடியாத
மனம் வெளுத்த மக்களோடு
கடற்கரை ஓரத்தில் அலைகளோடு

வாழ்வின் ஏற்றத்தை நோக்கி
எதிர்நீச்சல் போடும் போராட்டம்
கவுச்சி துர்நாற்றம் நமக்கெனில்
அவர்களுக்கு நாற்றம்தான் அவை

கடல் மேல் ஒளிரும் நிலவொளி இருந்தும்
மீனவ மக்களுக்கு
நித்தமும் மனவொளியில் "அமாவாசை " தான்

இலயோலா – ஓர் ஆளுமையின் ஆலமரம்

ஆளதான் பிறந்திட்டாய்
ஆள்வதற்கும் அளவிட்டாய்
சிரிக்கத்தான் வைத்திட்டாய்
சிந்தனைக்கு சிறகிட்டாய்

பொறுப்பு என்று பொறுப்பிட்டாய்
விருப்போடு வழங்கிட்டாய்
தமிழனாய் தரித்திட்டாய்
தலைவனாக உருவெடுக்க செய்திட்டாய்

வகுப்பில் வரவேற்றாய்
தேர்ந்து எமை பொறுப்பிட்டாய்
வகுப்பு தலைவனாய் நான் வர
நண்பர்கள் எனும் வரத்தை தந்திட்டாய்

இரண்டாமாண்டில் அடியெடுத்தே
இணைச் செயலனாய் துறையிலிட்டாய்
இன்னும் என்ன தர காத்திருக்கிறாய்

உன்தன் விருப்பமே என்தன் விரும்பமாக
எப்பொறுப்பை நீயிட்டாலும் -அப்பொறுப்பை
கற்பென கடமைக்கொள்ள காத்திருக்கிறேன்

எத்தனையோ ஆளுமைகள்
நாடாளு சட்ட மன்றத்தை
அலங்கரிப்ப தெல்லாம் உன் மாணவர்கள்
என்னை வைத்தும் அலங்கரிக்க செய்- மக்கள் பணியாற்றிட

பாடம் மட்டும் கற்கவில்லை
பண்போடு தான் கற்க செய்தாய்
வெள்ளை மாளிகையை விட்டு வெளியேறும் -முன்னர்
தலைவனாய் உருவெடுப்பேன்
என்ற எண்ணத்தின் நம்பிக்கையுண்டு

ஆளுமைகளை தன் வசம் வைத்து
ஆளச்செய்த ஆளுமையே!
நீயே ஓர் பெரும் ஆளுமை
உன்னுடன் ஆள ஆளுமை தந்து
அருள்வாயாக !

ஏற்புரை !

அன்பில் கலந்த வணக்கங்கள் ....

மலரைப் பார், கொடியைப் பார்
அதன் வேர் எப்படியிருக்குமென்று பார்க்க
முயற்சிக்காதே.
அதை பார்க்க முயன்றால்
நீ மலரையும், கொடியையும்
***பார்க்க முடியாது . -** வணங்காமுடி (கண்ணதாசன்)*

கவிஞரின் பொன்மொழிகள் பலவும் எனக்கு பயன்படும் வகையில் நிகழப் பெற்றுள்ளன. ஏனோ கண்ணதாசன் மேல் பக்தி பெருகிய நிலையில் அவரின் கற்பனைக்கும், அனுபவங்களுக்கும் அடிமையாகியும்... , காதலர்கள் பொதுவாக தனக்கு பிடித்த பெண்ணை தனக்கென விரும்பும் வகையில் அழைப்பது வழக்கம். அதுபோல ' கண்மணி ' என்ற பெயரையும் ' கண்'ண'தாசன் ' என்பதனை இணைத்து " கண்மணிதாசன் " என நானே புனைந்து கொண்டேன் .

*பிறப்பிற்கும் இறப்பிற்கும் இடைப்பட்ட வாழ்க்கையை தமிழ் எடுத்துக்கொள்ளும் என்பதை இளங்கலை பட்ட படிப்பில் சேர்ந்த பொழுது தான் உணர்ந்தேன் தமிழ் என்னை அதன் கடலில் மூழ்க செய்தது அதனின் வெளிப்பாடே இந்த *உணர்வின் உளரல்கள்* .*

" நினைத்த போது வருவதில்லை -கவிதை
நெஞ்சம் கனத்த போது வருவதுதான் கவிதை "

என்று ஒன்பதாம் வகுப்பில் உடற்பயிற்சி ஆசிரியர் இமயவரம்பன் சொன்னது தான் நான் கவிதை எழுதியதற்கு முழு காரணம். ஆக இதில் எளிமையான வார்த்தைகளை

கையாண்டுள்ளேன் இது அனைவருக்கும் விளங்கும் வண்ணம் அமைய பெற்றுள்ளது. இலக்கிய இலக்கணத்தின் ஆழம் அறியாமலே என்னாலே இதனை முடியும் என்றால் நம்மாலும் எல்லாம் முடியும் என்று நம்பிக்கையோடு எது நினைக்கிறீர்களோ அதை எழுதுங்கள் அது எது வேண்டுமானாலும் இருக்கலாம் .

பேனாவும் பேசும் என்றதனை உணர்ந்த பின்னே கற்பனைக்கும் உடனான இன்பங்களின் போதைக்கு டிமையாகினேன் . கவிதை என்று நான் எழுதுவதனை பெரியதாக ஒன்றும் பாராட்டும் வகையில் அமைவதா ? இல்லையா ? என்பதனை உங்களிடமே விட்டுவிடுகிறேன் இருந்தாலும் நான் நினைப்பதனை எழுதினேன். அவை எனக்கு ஒரு வகையான சுகத்தை தரக் கூடியதாக இருந்தது . ஆகவே நினைத்த போது வந்த வார்த்தைகளை அடுக்க மறந்தேன் . இருந்தாலும் அடுக்கிய சில வார்த்தைகளையே இங்கு " உணர்வின் உளறல்களாக " தந்துள்ளேன் .

இது கன்னித்தமிழ் கவிதைதான் என் கற்பனையின் இரசனையை வாசித்த உங்களுக்கு ஏதோ ஒரு வகையில் இன்பமோ அல்லது வெறுப்போ தரக்கூடும் .

தமிழ் இலக்கியம் பயின்ற எனக்கு பாடம் சார்ந்த அறிவுகள் குறைவாகத் தான் இருக்கக் கூடும் . ஆனால் அனுபவத்தின் அறிவுகளில் அதிகம் நாட்டம் உண்டு . வாழ்வியலும் அனுபவ இயலும் இணைந்து எனக்கு கிடைப்பதையே இலக்கியமாக பார்க்கிறேன் .

இதில் இயற்றப்பட்ட வார்த்தைகளால் ஆன வரிகள் அனைத்தும் என்னுடைய சுய அனுபவங்கள் .

நான் எழுதியவற்றை அனைத்தையும் வாசித்த உங்களுக்கு மனதின் ஓரத்தில் என் எழுத்துக்கள் உங்களையும் உளற வைக்க வேண்டும் என்பதே நோக்கம் .

பாடலாசிரியர் ஆக வேண்டும் அதற்கு பண்பாய் “அனுபவங்களை ” கற்க வேண்டும் என்று என்னுள் செதுக்கி கொண்டிருக்கிறேன் .

அவ்வண்ணமே நகர்கிறேன் அடுத்து அடுத்து அழகாய் அற்புதமான புத்தகங்களில் என் கற்பனையின் எழுத்துக்களுடன் உங்களை சந்திப்பதற்கு என் பேனாவும் நானும் தயாராக இருக்கிறோம் .

இன்னும் எண்ணற்ற எழுத்துக்களின் கற்பனையோடு " இலயோலாவில் இருந்து ஒரு கவிஞன் " என்ற அளவிற்கு என்னை அழகுடைய சிலையாய் செதுக்கி உங்களின் பார்வைக்கு வைப்பேன் . அதுவரை அடுத்த கவிதைத் தொகுப்புடன் மற்றொரு புத்தகத்தின் வாயிலாக சந்திக்கிறேன் .

நன்றி !

உணர்ந்ததை உளரும்
கண்மணிதாசன்
ரூபன்.வெ